This Address Book

Belongs To:

_____

_____

Name :_____

Address :_____

_____

Home :_____ Work :_____

Mobile :_____ Fax :_____

Email :_____

Social Media :_____

Birthday :_____

Notes :_____

_____

Name :_____

Address :_____

_____

Home :_____ Work :_____

Mobile :_____ Fax :_____

Email :_____

Social Media :_____

Birthday :_____

Notes :_____

_____

Name :_____

Address :_____

_____

Home :_____ Work :_____

Mobile :_____ Fax :_____

Email :_____

Social Media :_____

Birthday :_____

Notes :_____

_____

Name :_____

Address :_____

_____

Home :_____ Work :_____

Mobile :_____ Fax :_____

Email :_____

Social Media :_____

Birthday :_____

Notes :_____

_____

Name :_____

Address :_____

_____

Home :_____ Work :_____

Mobile :_____ Fax :_____

Email :_____

Social Media :_____

Birthday :_____

Notes :_____

Name :_____

Address :_____

_____

Home :_____ Work :_____

Mobile :_____ Fax :_____

Email :_____

Social Media :_____

Birthday :_____

Notes :_____

Name :_____

Address :_____

_____

Home :_____ Work :_____

Mobile :_____ Fax :_____

Email :_____

Social Media :_____

Birthday :_____

Notes :_____

Name :_____

Address :_____

_____

Home :_____ Work :_____

Mobile :_____ Fax :_____

Email :_____

Social Media :_____

Birthday :_____

Notes :_____

B

Name :_____

Address :_____

_____

Home :_____ Work :_____

Mobile :_____ Fax :_____

Email :_____

Social Media :_____

Birthday :_____

Notes :_____

Name :_____

Address :_____

_____

Home :_____ Work :_____

Mobile :_____ Fax :_____

Email :_____

Social Media :_____

Birthday :_____

Notes :_____

B

Name : _____

Address : _____

_____

Home : _____ Work : _____

Mobile : _____ Fax : _____

Email : _____

Social Media : _____

Birthday : _____

Notes : _____

_____

✻✻✻✻✻✻✻✻✻✻✻✻✻✻

Name : _____

Address : _____

_____

Home : _____ Work : _____

Mobile : _____ Fax : _____

Email : _____

Social Media : _____

Birthday : _____

Notes : _____

_____

Name :_____

Address :_____

_____

Home :_____ Work :_____

Mobile :_____ Fax :_____

Email :_____

Social Media :_____

Birthday :_____

Notes :_____

_____

Name :_____

Address :_____

_____

Home :_____ Work :_____

Mobile :_____ Fax :_____

Email :_____

Social Media :_____

Birthday :_____

Notes :_____

B

Name :_____

Address :_____

_____

Home :_____ Work :_____

Mobile :_____ Fax :_____

Email :_____

Social Media :_____

Birthday :_____

Notes :_____

_____

✺✺✺✺✺✺✺✺✺✺✺✺

Name :_____

Address :_____

_____

Home :_____ Work :_____

Mobile :_____ Fax :_____

Email :_____

Social Media :_____

Birthday :_____

Notes :_____

_____

C

Name :_____

Address :_____

_____

Home :_____ Work :_____

Mobile :_____ Fax :_____

Email :_____

Social Media :_____

Birthday :_____

Notes :_____

Name :_____

Address :_____

_____

Home :_____ Work :_____

Mobile :_____ Fax :_____

Email :_____

Social Media :_____

Birthday :_____

Notes :_____

Name :_____

Address :_____

_____

Home :_____ Work :_____

Mobile :_____ Fax : _____

Email :_____

Social Media :_____

Birthday :_____

Notes :_____

Name :_____

Address :_____

_____

Home :_____ Work :_____

Mobile :_____ Fax : _____

Email :_____

Social Media :_____

Birthday :_____

Notes :_____

Name : _____

Address : _____

_____

Home : _____ Work : _____

Mobile : _____ Fax : _____

Email : _____

Social Media : _____

Birthday : _____

Notes : _____

Name : _____

Address : _____

_____

Home : _____ Work : _____

Mobile : _____ Fax : _____

Email : _____

Social Media : _____

Birthday : _____

Notes : _____

Name :_____

Address :_____

_____

Home :_____ Work :_____

Mobile :_____ Fax :_____

Email :_____

Social Media :_____

Birthday :_____

Notes :_____

_____

Name :_____

Address :_____

_____

Home :_____ Work :_____

Mobile :_____ Fax :_____

Email :_____

Social Media :_____

Birthday :_____

Notes :_____

_____

Name :_____

Address :_____

_____

Home :_____ Work :_____

Mobile :_____ Fax :_____

Email :_____

Social Media :_____

Birthday :_____

Notes :_____

_____

✺✺✺✺✺✺✺✺✺✺✺✺

Name :_____

Address :_____

_____

Home :_____ Work :_____

Mobile :_____ Fax :_____

Email :_____

Social Media :_____

Birthday :_____

Notes :_____

_____

D

Name : _____

Address : _____

_____

Home : _____ Work : _____

Mobile : _____ Fax : _____

Email : _____

Social Media : _____

Birthday : _____

Notes : _____

_____

Name : _____

Address : _____

_____

Home : _____ Work : _____

Mobile : _____ Fax : _____

Email : _____

Social Media : _____

Birthday : _____

Notes : _____

_____

D

Name :_____

Address :_____

_____

Home :_____ Work :_____

Mobile :_____ Fax :_____

Email :_____

Social Media :_____

Birthday :_____

Notes :_____

Name :_____

Address :_____

_____

Home :_____ Work :_____

Mobile :_____ Fax :_____

Email :_____

Social Media :_____

Birthday :_____

Notes :_____

_____

D

Name :_____

Address :_____

_____

Home :_____ Work :_____

Mobile :_____ Fax :_____

Email :_____

Social Media :_____

Birthday :_____

Notes :_____

Name :_____

Address :_____

_____

Home :_____ Work :_____

Mobile :_____ Fax :_____

Email :_____

Social Media :_____

Birthday :_____

Notes :_____

Name :_____

Address :_____

_____

Home :_____ Work :_____

Mobile :_____ Fax :_____

Email :_____

Social Media :_____

Birthday :_____

Notes :_____

_____

Name :_____

Address :_____

_____

Home :_____ Work :_____

Mobile :_____ Fax :_____

Email :_____

Social Media :_____

Birthday :_____

Notes :_____

_____

E

Name :_____

Address :_____

_____

Home :_____ Work :_____

Mobile :_____ Fax :_____

Email :_____

Social Media :_____

Birthday :_____

Notes :_____

_____

✿✿✿✿✿✿✿✿✿✿✿✿

Name :_____

Address :_____

_____

Home :_____ Work :_____

Mobile :_____ Fax :_____

Email :_____

Social Media :_____

Birthday :_____

Notes :_____

_____

Name :_____

Address :_____

_____

Home :_____ Work :_____

Mobile :_____ Fax :_____

Email :_____

Social Media :_____

Birthday :_____

Notes :_____

Name :_____

Address :_____

_____

Home :_____ Work :_____

Mobile :_____ Fax :_____

Email :_____

Social Media :_____

Birthday :_____

Notes :_____

E

Name :_____

Address :_____

_____

Home :_____ Work :_____

Mobile :_____ Fax :_____

Email :_____

Social Media :_____

Birthday :_____

Notes :_____

_____

Name :_____

Address :_____

_____

Home :_____ Work :_____

Mobile :_____ Fax :_____

Email :_____

Social Media :_____

Birthday :_____

Notes :_____

_____

Name :_____

Address :_____

_____

Home :_____ Work :_____

Mobile :_____ Fax :_____

Email :_____

Social Media :_____

Birthday :_____

Notes :_____

_____

Name :_____

Address :_____

_____

Home :_____ Work :_____

Mobile :_____ Fax :_____

Email :_____

Social Media :_____

Birthday :_____

Notes :_____

_____

Name :_____

Address :_____

_____

Home :_____ Work :_____

Mobile :_____ Fax :_____

Email :_____

Social Media :_____

Birthday :_____

Notes :_____

_____

Name :_____

Address :_____

_____

Home :_____ Work :_____

Mobile :_____ Fax :_____

Email :_____

Social Media :_____

Birthday :_____

Notes :_____

_____

Name :_____

Address :_____

_____

Home :_____ Work :_____

Mobile :_____ Fax :_____

Email :_____

Social Media :_____

Birthday :_____

Notes :_____

Name :_____

Address :_____

_____

Home :_____ Work :_____

Mobile :_____ Fax :_____

Email :_____

Social Media :_____

Birthday :_____

Notes :_____

Name :_____

Address :_____

_____

Home :_____ Work :_____

Mobile :_____ Fax :_____

Email :_____

Social Media :_____

Birthday :_____

Notes :_____

_____

Name :_____

Address :_____

_____

Home :_____ Work :_____

Mobile :_____ Fax :_____

Email :_____

Social Media :_____

Birthday :_____

Notes :_____

_____

Name :_____

Address :_____

_____

Home :_____ Work :_____

Mobile :_____ Fax :_____

Email :_____

Social Media :_____

Birthday :_____

Notes :_____

Name :_____

Address :_____

_____

Home :_____ Work :_____

Mobile :_____ Fax :_____

Email :_____

Social Media :_____

Birthday :_____

Notes :_____

G

Name : _____

Address : _____

_____

Home : _____ Work : _____

Mobile : _____ Fax : _____

Email : _____

Social Media : _____

Birthday : _____

Notes : _____

Name : _____

Address : _____

_____

Home : _____ Work : _____

Mobile : _____ Fax : _____

Email : _____

Social Media : _____

Birthday : _____

Notes : _____

Name :_____

Address :_____

_____

Home :_____ Work :_____

Mobile :_____ Fax :_____

Email :_____

Social Media :_____

Birthday :_____

Notes :_____

Name :_____

Address :_____

_____

Home :_____ Work :_____

Mobile :_____ Fax :_____

Email :_____

Social Media :_____

Birthday :_____

Notes :_____

G

Name :_____

Address :_____

_____

Home :_____ Work :_____

Mobile :_____ Fax : _____

Email :_____

Social Media :_____

Birthday :_____

Notes :_____

_____

Name :_____

Address :_____

_____

Home :_____ Work :_____

Mobile :_____ Fax : _____

Email :_____

Social Media :_____

Birthday :_____

Notes :_____

_____

Name :_____

Address :_____

_____

Home :_____ Work :_____

Mobile :_____ Fax :_____

Email :_____

Social Media :_____

Birthday :_____

Notes :_____

_____

Name :_____

Address :_____

_____

Home :_____ Work :_____

Mobile :_____ Fax :_____

Email :_____

Social Media :_____

Birthday :_____

Notes :_____

_____

H

Name :_____

Address :_____

_____

Home :_____ Work :_____

Mobile :_____ Fax :_____

Email :_____

Social Media :_____

Birthday :_____

Notes :_____

_____

Name :_____

Address :_____

_____

Home :_____ Work :_____

Mobile :_____ Fax :_____

Email :_____

Social Media :_____

Birthday :_____

Notes :_____

_____

Name :_____

Address :_____

_____

Home :_____ Work :_____

Mobile :_____ Fax :_____

Email :_____

Social Media :_____

Birthday :_____

Notes :_____

_____

Name :_____

Address :_____

_____

Home :_____ Work :_____

Mobile :_____ Fax :_____

Email :_____

Social Media :_____

Birthday :_____

Notes :_____

_____

Name :_____

Address :_____

_____

Home :_____ Work :_____

Mobile :_____ Fax :_____

Email :_____

Social Media :_____

Birthday :_____

Notes :_____

_____

Name :_____

Address :_____

_____

Home :_____ Work :_____

Mobile :_____ Fax :_____

Email :_____

Social Media :_____

Birthday :_____

Notes :_____

_____

Name :_____

Address :_____

_____

Home :_____ Work :_____

Mobile :_____ Fax :_____

Email :_____

Social Media :_____

Birthday :_____

Notes :_____

Name :_____

Address :_____

_____

Home :_____ Work :_____

Mobile :_____ Fax :_____

Email :_____

Social Media :_____

Birthday :_____

Notes :_____

Name :_____

Address :_____

_____

Home :_____ Work :_____

Mobile :_____ Fax :_____

Email :_____

Social Media :_____

Birthday :_____

Notes :_____

_____

Name :_____

Address :_____

_____

Home :_____ Work :_____

Mobile :_____ Fax :_____

Email :_____

Social Media :_____

Birthday :_____

Notes :_____

_____

Name :_____

Address :_____

_____

Home :_____ Work :_____

Mobile :_____ Fax :_____

Email :_____

Social Media :_____

Birthday :_____

Notes :_____

Name :_____

Address :_____

_____

Home :_____ Work :_____

Mobile :_____ Fax :_____

Email :_____

Social Media :_____

Birthday :_____

Notes :_____

I

Name : _____

Address : _____

_____

Home : _____ Work : _____

Mobile : _____ Fax : _____

Email : _____

Social Media : _____

Birthday : _____

Notes : _____

_____

✺✺✺✺✺✺✺✺✺✺✺✺

Name : _____

Address : _____

_____

Home : _____ Work : _____

Mobile : _____ Fax : _____

Email : _____

Social Media : _____

Birthday : _____

Notes : _____

_____

J

Name :_____
Address :_____

_____

Home :_____ Work :_____
Mobile :_____ Fax :_____
Email :_____
Social Media :_____
Birthday :_____
Notes :_____

_____

❋❋❋❋❋❋❋❋❋❋❋❋

Name :_____
Address :_____

_____

Home :_____ Work :_____
Mobile :_____ Fax :_____
Email :_____
Social Media :_____
Birthday :_____
Notes :_____

_____

J

Name :_____

Address :_____

_____

Home :_____ Work :_____

Mobile :_____ Fax :_____

Email :_____

Social Media :_____

Birthday :_____

Notes :_____

_____

Name :_____

Address :_____

_____

Home :_____ Work :_____

Mobile :_____ Fax :_____

Email :_____

Social Media :_____

Birthday :_____

Notes :_____

_____

Name :_____

Address :_____

_____

Home :_____ Work :_____

Mobile :_____ Fax :_____

Email :_____

Social Media :_____

Birthday :_____

Notes :_____

_____

Name :_____

Address :_____

_____

Home :_____ Work :_____

Mobile :_____ Fax :_____

Email :_____

Social Media :_____

Birthday :_____

Notes :_____

_____

J

Name :_____

Address :_____

_____

Home :_____ Work :_____

Mobile :_____ Fax :_____

Email :_____

Social Media :_____

Birthday :_____

Notes :_____

Name :_____

Address :_____

_____

Home :_____ Work :_____

Mobile :_____ Fax :_____

Email :_____

Social Media :_____

Birthday :_____

Notes :_____

Name :_____

Address :_____

_____

Home :_____ Work :_____

Mobile :_____ Fax :_____

Email :_____

Social Media :_____

Birthday :_____

Notes :_____

_____

Name :_____

Address :_____

_____

Home :_____ Work :_____

Mobile :_____ Fax :_____

Email :_____

Social Media :_____

Birthday :_____

Notes :_____

_____

Name :_____

Address :_____

_____

Home :_____ Work :_____

Mobile :_____ Fax :_____

Email :_____

Social Media :_____

Birthday :_____

Notes :_____

_____

Name :_____

Address :_____

_____

Home :_____ Work :_____

Mobile :_____ Fax :_____

Email :_____

Social Media :_____

Birthday :_____

Notes :_____

_____

Name :_____

Address :_____

_____

Home :_____ Work :_____

Mobile :_____ Fax :_____

Email :_____

Social Media :_____

Birthday :_____

Notes :_____

Name :_____

Address :_____

_____

Home :_____ Work :_____

Mobile :_____ Fax :_____

Email :_____

Social Media :_____

Birthday :_____

Notes :_____

Name :_____

Address :_____

_____

Home :_____ Work :_____

Mobile :_____ Fax :_____

Email :_____

Social Media :_____

Birthday :_____

Notes :_____

_____

Name :_____

Address :_____

_____

Home :_____ Work :_____

Mobile :_____ Fax :_____

Email :_____

Social Media :_____

Birthday :_____

Notes :_____

_____

Name : _____

Address : _____

_____

Home : _____ Work : _____

Mobile : _____ Fax : _____

Email : _____

Social Media : _____

Birthday : _____

Notes : _____

_____

Name : _____

Address : _____

_____

Home : _____ Work : _____

Mobile : _____ Fax : _____

Email : _____

Social Media : _____

Birthday : _____

Notes : _____

_____

L

Name :_____

Address :_____

_____

Home :_____ Work :_____

Mobile :_____ Fax :_____

Email :_____

Social Media :_____

Birthday :_____

Notes :_____

Name :_____

Address :_____

_____

Home :_____ Work :_____

Mobile :_____ Fax :_____

Email :_____

Social Media :_____

Birthday :_____

Notes :_____

L

Name :_____

Address :_____

_____

Home :_____ Work :_____

Mobile :_____ Fax :_____

Email :_____

Social Media :_____

Birthday :_____

Notes :_____

_____

Name :_____

Address :_____

_____

Home :_____ Work :_____

Mobile :_____ Fax :_____

Email :_____

Social Media :_____

Birthday :_____

Notes :_____

_____

L

Name : _____

Address : _____

_____

Home : _____ Work : _____

Mobile : _____ Fax : _____

Email : _____

Social Media : _____

Birthday : _____

Notes : _____

Name : _____

Address : _____

_____

Home : _____ Work : _____

Mobile : _____ Fax : _____

Email : _____

Social Media : _____

Birthday : _____

Notes : _____

Name :_____

Address :_____

_____

Home :_____ Work :_____

Mobile :_____ Fax :_____

Email :_____

Social Media :_____

Birthday :_____

Notes :_____

Name :_____

Address :_____

_____

Home :_____ Work :_____

Mobile :_____ Fax :_____

Email :_____

Social Media :_____

Birthday :_____

Notes :_____

M

Name :_____

Address :_____

_____

Home :_____ Work :_____

Mobile :_____ Fax :_____

Email :_____

Social Media :_____

Birthday :_____

Notes :_____

Name :_____

Address :_____

_____

Home :_____ Work :_____

Mobile :_____ Fax :_____

Email :_____

Social Media :_____

Birthday :_____

Notes :_____

Name :_____

Address :_____

_____

Home :_____ Work :_____

Mobile :_____ Fax :_____

Email :_____

Social Media :_____

Birthday :_____

Notes :_____

✺✺✺✺✺✺✺✺✺✺✺✺

Name :_____

Address :_____

_____

Home :_____ Work :_____

Mobile :_____ Fax :_____

Email :_____

Social Media :_____

Birthday :_____

Notes :_____

_____

Name : _____

Address : _____

_____

Home : _____ Work : _____

Mobile : _____ Fax : _____

Email : _____

Social Media : _____

Birthday : _____

Notes : _____

Name : _____

Address : _____

_____

Home : _____ Work : _____

Mobile : _____ Fax : _____

Email : _____

Social Media : _____

Birthday : _____

Notes : _____

Name : _____

Address : _____

_____

Home : _____ Work : _____

Mobile : _____ Fax : _____

Email : _____

Social Media : _____

Birthday : _____

Notes : _____

Name : _____

Address : _____

_____

Home : _____ Work : _____

Mobile : _____ Fax : _____

Email : _____

Social Media : _____

Birthday : _____

Notes : _____

Name : _____

Address : _____

_____

Home : _____ Work : _____

Mobile : _____ Fax : _____

Email : _____

Social Media : _____

Birthday : _____

Notes : _____

_____

Name : _____

Address : _____

_____

Home : _____ Work : _____

Mobile : _____ Fax : _____

Email : _____

Social Media : _____

Birthday : _____

Notes : _____

_____

Name :_____

Address :_____

_____

Home :_____ Work :_____

Mobile :_____ Fax :_____

Email :_____

Social Media :_____

Birthday :_____

Notes :_____

_____

Name :_____

Address :_____

_____

Home :_____ Work :_____

Mobile :_____ Fax :_____

Email :_____

Social Media :_____

Birthday :_____

Notes :_____

_____

N

Name :_____

Address :_____

_____

Home :_____ Work :_____

Mobile :_____ Fax :_____

Email :_____

Social Media :_____

Birthday :_____

Notes :_____

_____

❁❁❁❁❁❁❁❁❁❁❁❁❁

Name :_____

Address :_____

_____

Home :_____ Work :_____

Mobile :_____ Fax :_____

Email :_____

Social Media :_____

Birthday :_____

Notes :_____

_____

O

Name :_____
Address :_____
_____

Home :_____ Work :_____
Mobile :_____ Fax :_____
Email :_____
Social Media :_____
Birthday :_____
Notes :_____

Name :_____
Address :_____
_____

Home :_____ Work :_____
Mobile :_____ Fax :_____
Email :_____
Social Media :_____
Birthday :_____
Notes :_____

O

Name :_____

Address :_____

_____

Home :_____ Work :_____

Mobile :_____ Fax :_____

Email :_____

Social Media :_____

Birthday :_____

Notes :_____

_____

Name :_____

Address :_____

_____

Home :_____ Work :_____

Mobile :_____ Fax :_____

Email :_____

Social Media :_____

Birthday :_____

Notes :_____

_____

Name :_____

Address :_____

_____

Home :_____ Work :_____

Mobile :_____ Fax :_____

Email :_____

Social Media :_____

Birthday :_____

Notes :_____

_____

Name :_____

Address :_____

_____

Home :_____ Work :_____

Mobile :_____ Fax :_____

Email :_____

Social Media :_____

Birthday :_____

Notes :_____

_____

Name : _____

Address : _____

_____

Home : _____ Work : _____

Mobile : _____ Fax : _____

Email : _____

Social Media : _____

Birthday : _____

Notes : _____

Name : _____

Address : _____

_____

Home : _____ Work : _____

Mobile : _____ Fax : _____

Email : _____

Social Media : _____

Birthday : _____

Notes : _____

Name :_____

Address :_____

_____

Home :_____ Work :_____

Mobile :_____ Fax :_____

Email :_____

Social Media :_____

Birthday :_____

Notes :_____

_____

Name :_____

Address :_____

_____

Home :_____ Work :_____

Mobile :_____ Fax :_____

Email :_____

Social Media :_____

Birthday :_____

Notes :_____

_____

Name :_____

Address :_____

_____

Home :_____ Work :_____

Mobile :_____ Fax :_____

Email :_____

Social Media :_____

Birthday :_____

Notes :_____

_____

Name :_____

Address :_____

_____

Home :_____ Work :_____

Mobile :_____ Fax :_____

Email :_____

Social Media :_____

Birthday :_____

Notes :_____

_____

P

Name :_____

Address :_____
_____

Home :_____ Work :_____

Mobile :_____ Fax :_____

Email :_____

Social Media :_____

Birthday :_____

Notes :_____

✺✺✺✺✺✺✺✺✺✺✺✺

Name :_____

Address :_____
_____

Home :_____ Work :_____

Mobile :_____ Fax :_____

Email :_____

Social Media :_____

Birthday :_____

Notes :_____

Name :_____

Address :_____

_____

Home :_____ Work :_____

Mobile :_____ Fax :_____

Email :_____

Social Media :_____

Birthday :_____

Notes :_____

_____

Name :_____

Address :_____

_____

Home :_____ Work :_____

Mobile :_____ Fax :_____

Email :_____

Social Media :_____

Birthday :_____

Notes :_____

_____

Q

Name :_____

Address :_____

_____

Home :_____ Work :_____

Mobile :_____ Fax :_____

Email :_____

Social Media :_____

Birthday :_____

Notes :_____

Name :_____

Address :_____

_____

Home :_____ Work :_____

Mobile :_____ Fax :_____

Email :_____

Social Media :_____

Birthday :_____

Notes :_____

Name : _____

Address : _____

_____

Home : _____ Work : _____

Mobile : _____ Fax : _____

Email : _____

Social Media : _____

Birthday : _____

Notes : _____

Name : _____

Address : _____

_____

Home : _____ Work : _____

Mobile : _____ Fax : _____

Email : _____

Social Media : _____

Birthday : _____

Notes : _____

Name :_____

Address :_____

_____

Home :_____ Work :_____

Mobile :_____ Fax :_____

Email :_____

Social Media :_____

Birthday :_____

Notes :_____

_____

Name :_____

Address :_____

_____

Home :_____ Work :_____

Mobile :_____ Fax :_____

Email :_____

Social Media :_____

Birthday :_____

Notes :_____

_____

Name :_____

Address :_____

_____

Home :_____ Work :_____

Mobile :_____ Fax :_____

Email :_____

Social Media :_____

Birthday :_____

Notes :_____

Name :_____

Address :_____

_____

Home :_____ Work :_____

Mobile :_____ Fax :_____

Email :_____

Social Media :_____

Birthday :_____

Notes :_____

Name :_____

Address :_____

_____

Home :_____ Work :_____

Mobile :_____ Fax :_____

Email :_____

Social Media :_____

Birthday :_____

Notes :_____

_____

Name :_____

Address :_____

_____

Home :_____ Work :_____

Mobile :_____ Fax :_____

Email :_____

Social Media :_____

Birthday :_____

Notes :_____

_____

Name : _____

Address : _____

_____

Home : _____ Work : _____

Mobile : _____ Fax : _____

Email : _____

Social Media : _____

Birthday : _____

Notes : _____

_____

Name : _____

Address : _____

_____

Home : _____ Work : _____

Mobile : _____ Fax : _____

Email : _____

Social Media : _____

Birthday : _____

Notes : _____

_____

Name :_____

Address :_____

_____

Home :_____ Work :_____

Mobile :_____ Fax : _____

Email :_____

Social Media :_____

Birthday :_____

Notes :_____

Name :_____

Address :_____

_____

Home :_____ Work :_____

Mobile :_____ Fax : _____

Email :_____

Social Media :_____

Birthday :_____

Notes :_____

Name : _____

Address : _____

_____

Home : _____ Work : _____

Mobile : _____ Fax : _____

Email : _____

Social Media : _____

Birthday : _____

Notes : _____

_____

Name : _____

Address : _____

_____

Home : _____ Work : _____

Mobile : _____ Fax : _____

Email : _____

Social Media : _____

Birthday : _____

Notes : _____

_____

S

Name :_____

Address :_____

_____

Home :_____ Work :_____

Mobile :_____ Fax :_____

Email :_____

Social Media :_____

Birthday :_____

Notes :_____

_____

❀❀❀❀❀❀❀❀❀❀❀❀❀

Name :_____

Address :_____

_____

Home :_____ Work :_____

Mobile :_____ Fax :_____

Email :_____

Social Media :_____

Birthday :_____

Notes :_____

_____

S

Name :_____

Address :_____

_____

Home :_____ Work :_____

Mobile :_____ Fax :_____

Email :_____

Social Media :_____

Birthday :_____

Notes :_____

Name :_____

Address :_____

_____

Home :_____ Work :_____

Mobile :_____ Fax :_____

Email :_____

Social Media :_____

Birthday :_____

Notes :_____

S

Name :_____

Address :_____
_____

Home :_____ Work :_____

Mobile :_____ Fax :_____

Email :_____

Social Media :_____

Birthday :_____

Notes :_____

❀❀❀❀❀❀❀❀❀❀❀

Name :_____

Address :_____
_____

Home :_____ Work :_____

Mobile :_____ Fax :_____

Email :_____

Social Media :_____

Birthday :_____

Notes :_____

Name :_____

Address :_____

_____

Home :_____ Work :_____

Mobile :_____ Fax :_____

Email :_____

Social Media :_____

Birthday :_____

Notes :_____

_____

Name :_____

Address :_____

_____

Home :_____ Work :_____

Mobile :_____ Fax :_____

Email :_____

Social Media :_____

Birthday :_____

Notes :_____

_____

Name : _____

Address : _____

_____

Home : _____ Work : _____

Mobile : _____ Fax : _____

Email : _____

Social Media : _____

Birthday : _____

Notes : _____

_____

Name : _____

Address : _____

_____

Home : _____ Work : _____

Mobile : _____ Fax : _____

Email : _____

Social Media : _____

Birthday : _____

Notes : _____

_____

T

Name : _____

Address : _____

_____

Home : _____ Work : _____

Mobile : _____ Fax : _____

Email : _____

Social Media : _____

Birthday : _____

Notes : _____

_____

Name : _____

Address : _____

_____

Home : _____ Work : _____

Mobile : _____ Fax : _____

Email : _____

Social Media : _____

Birthday : _____

Notes : _____

_____

Name : _____

Address : _____

_____

Home : _____ Work : _____

Mobile : _____ Fax : _____

Email : _____

Social Media : _____

Birthday : _____

Notes : _____

_____

❀❀❀❀❀❀❀❀❀❀❀❀❀

Name : _____

Address : _____

_____

Home : _____ Work : _____

Mobile : _____ Fax : _____

Email : _____

Social Media : _____

Birthday : _____

Notes : _____

_____

Name :_____

Address :_____

_____

Home :_____ Work :_____

Mobile :_____ Fax :_____

Email :_____

Social Media :_____

Birthday :_____

Notes :_____

_____

Name :_____

Address :_____

_____

Home :_____ Work :_____

Mobile :_____ Fax :_____

Email :_____

Social Media :_____

Birthday :_____

Notes :_____

_____

Name :_____

Address :_____

_____

Home :_____ Work :_____

Mobile :_____ Fax :_____

Email :_____

Social Media :_____

Birthday :_____

Notes :_____

_____

✹✹✹✹✹✹✹✹✹✹✹✹

Name :_____

Address :_____

_____

Home :_____ Work :_____

Mobile :_____ Fax :_____

Email :_____

Social Media :_____

Birthday :_____

Notes :_____

_____

Name :_____

Address :_____

_____

Home :_____ Work :_____

Mobile :_____ Fax :_____

Email :_____

Social Media :_____

Birthday :_____

Notes :_____

_____

Name :_____

Address :_____

_____

Home :_____ Work :_____

Mobile :_____ Fax :_____

Email :_____

Social Media :_____

Birthday :_____

Notes :_____

_____

U

Name :_____

Address :_____

_____

Home :_____ Work :_____

Mobile :_____ Fax :_____

Email :_____

Social Media :_____

Birthday :_____

Notes :_____

Name :_____

Address :_____

_____

Home :_____ Work :_____

Mobile :_____ Fax :_____

Email :_____

Social Media :_____

Birthday :_____

Notes :_____

U

Name :_____

Address :_____
_____

Home :_____ Work :_____

Mobile :_____ Fax :_____

Email :_____

Social Media :_____

Birthday :_____

Notes :_____
_____

Name :_____

Address :_____
_____

Home :_____ Work :_____

Mobile :_____ Fax :_____

Email :_____

Social Media :_____

Birthday :_____

Notes :_____
_____

Name :_____

Address :_____

_____

Home :_____ Work :_____

Mobile :_____ Fax :_____

Email :_____

Social Media :_____

Birthday :_____

Notes :_____

_____

Name :_____

Address :_____

_____

Home :_____ Work :_____

Mobile :_____ Fax :_____

Email :_____

Social Media :_____

Birthday :_____

Notes :_____

_____

V

Name :_____

Address :_____
_____

Home :_____ Work :_____

Mobile :_____ Fax :_____

Email :_____

Social Media :_____

Birthday :_____

Notes :_____
_____

Name :_____

Address :_____
_____

Home :_____ Work :_____

Mobile :_____ Fax :_____

Email :_____

Social Media :_____

Birthday :_____

Notes :_____
_____

Name :_____

Address :_____

_____

Home :_____ Work :_____

Mobile :_____ Fax :_____

Email :_____

Social Media :_____

Birthday :_____

Notes :_____

Name :_____

Address :_____

_____

Home :_____ Work :_____

Mobile :_____ Fax :_____

Email :_____

Social Media :_____

Birthday :_____

Notes :_____

V

Name :_____

Address :_____

_____

Home :_____ Work :_____

Mobile :_____ Fax :_____

Email :_____

Social Media :_____

Birthday :_____

Notes :_____

_____

Name :_____

Address :_____

_____

Home :_____ Work :_____

Mobile :_____ Fax :_____

Email :_____

Social Media :_____

Birthday :_____

Notes :_____

_____

W

Name :_____

Address :_____

_____

Home :_____ Work :_____

Mobile :_____ Fax :_____

Email :_____

Social Media :_____

Birthday :_____

Notes :_____

Name :_____

Address :_____

_____

Home :_____ Work :_____

Mobile :_____ Fax :_____

Email :_____

Social Media :_____

Birthday :_____

Notes :_____

Name : _____

Address : _____

_____

Home : _____ Work : _____

Mobile : _____ Fax : _____

Email : _____

Social Media : _____

Birthday : _____

Notes : _____

_____

Name : _____

Address : _____

_____

Home : _____ Work : _____

Mobile : _____ Fax : _____

Email : _____

Social Media : _____

Birthday : _____

Notes : _____

_____

Name :_____

Address :_____

_____

Home :_____ Work :_____

Mobile :_____ Fax :_____

Email :_____

Social Media :_____

Birthday :_____

Notes :_____

_____

Name :_____

Address :_____

_____

Home :_____ Work :_____

Mobile :_____ Fax :_____

Email :_____

Social Media :_____

Birthday :_____

Notes :_____

_____

Name :_____

Address :_____

_____

Home :_____ Work :_____

Mobile :_____ Fax :_____

Email :_____

Social Media :_____

Birthday :_____

Notes :_____

_____

Name :_____

Address :_____

_____

Home :_____ Work :_____

Mobile :_____ Fax :_____

Email :_____

Social Media :_____

Birthday :_____

Notes :_____

_____

Name :_____

Address :_____

_____

Home :_____ Work :_____

Mobile :_____ Fax :_____

Email :_____

Social Media :_____

Birthday :_____

Notes :_____

Name :_____

Address :_____

_____

Home :_____ Work :_____

Mobile :_____ Fax :_____

Email :_____

Social Media :_____

Birthday :_____

Notes :_____

Name :_____

Address :_____

_____

Home :_____ Work :_____

Mobile :_____ Fax :_____

Email :_____

Social Media :_____

Birthday :_____

Notes :_____

_____

Name :_____

Address :_____

_____

Home :_____ Work :_____

Mobile :_____ Fax :_____

Email :_____

Social Media :_____

Birthday :_____

Notes :_____

_____

X

Name :_____

Address :_____

_____

Home :_____ Work :_____

Mobile :_____ Fax :_____

Email :_____

Social Media :_____

Birthday :_____

Notes :_____

Name :_____

Address :_____

_____

Home :_____ Work :_____

Mobile :_____ Fax :_____

Email :_____

Social Media :_____

Birthday :_____

Notes :_____

Name :_____

Address :_____

_____

Home :_____ Work :_____

Mobile :_____ Fax : _____

Email :_____

Social Media :_____

Birthday :_____

Notes :_____

_____

Name :_____

Address :_____

_____

Home :_____ Work :_____

Mobile :_____ Fax : _____

Email :_____

Social Media :_____

Birthday :_____

Notes :_____

_____

Name :_____

Address :_____

_____

Home :_____ Work :_____

Mobile :_____ Fax :_____

Email :_____

Social Media :_____

Birthday :_____

Notes :_____

_____

Name :_____

Address :_____

_____

Home :_____ Work :_____

Mobile :_____ Fax :_____

Email :_____

Social Media :_____

Birthday :_____

Notes :_____

_____

Name :_____

Address :_____

_____

Home :_____ Work :_____

Mobile :_____ Fax :_____

Email :_____

Social Media :_____

Birthday :_____

Notes :_____

_____

Name :_____

Address :_____

_____

Home :_____ Work :_____

Mobile :_____ Fax :_____

Email :_____

Social Media :_____

Birthday :_____

Notes :_____

_____

Name :_____

Address :_____

_____

Home :_____ Work :_____

Mobile :_____ Fax :_____

Email :_____

Social Media :_____

Birthday :_____

Notes :_____

_____

Name :_____

Address :_____

_____

Home :_____ Work :_____

Mobile :_____ Fax :_____

Email :_____

Social Media :_____

Birthday :_____

Notes :_____

_____

Name :_____

Address :_____

_____

Home :_____ Work :_____

Mobile :_____ Fax :_____

Email :_____

Social Media :_____

Birthday :_____

Notes :_____

_____

Name :_____

Address :_____

_____

Home :_____ Work :_____

Mobile :_____ Fax :_____

Email :_____

Social Media :_____

Birthday :_____

Notes :_____

_____

Name :_____

Address :_____

_____

Home :_____ Work :_____

Mobile :_____ Fax : _____

Email :_____

Social Media :_____

Birthday :_____

Notes :_____

Name :_____

Address :_____

_____

Home :_____ Work :_____

Mobile :_____ Fax : _____

Email :_____

Social Media :_____

Birthday :_____

Notes :_____

Name :_____

Address :_____

_____

Home :_____ Work :_____

Mobile :_____ Fax :_____

Email :_____

Social Media :_____

Birthday :_____

Notes :_____

_____

Name :_____

Address :_____

_____

Home :_____ Work :_____

Mobile :_____ Fax :_____

Email :_____

Social Media :_____

Birthday :_____

Notes :_____

_____

Name :_____

Address :_____

_____

Home :_____   Work :_____

Mobile :_____   Fax :_____

Email :_____

Social Media :_____

Birthday :_____

Notes :_____

_____

✳✳✳✳✳✳✳✳✳✳✳✳✳

Name :_____

Address :_____

_____

Home :_____   Work :_____

Mobile :_____   Fax :_____

Email :_____

Social Media :_____

Birthday :_____

Notes :_____

_____

Z

Name :_____

Address :_____

_____

Home :_____ Work :_____

Mobile :_____ Fax :_____

Email :_____

Social Media :_____

Birthday :_____

Notes :_____

_____

Name :_____

Address :_____

_____

Home :_____ Work :_____

Mobile :_____ Fax :_____

Email :_____

Social Media :_____

Birthday :_____

Notes :_____

_____

Phone Book

Name	Phone

Phone Book

Name	Phone

NOTES

Made in the USA
Columbia, SC
08 September 2024

41780020R00061